AF448044

 Tủ Sách Bảo Anh Lạc 86

# NGHI THỨC LỄ PHẬT ĐẢN

## (RẰM THÁNG 4 TRĂNG TRÒN)

**Thích Nữ Giới Hương biên soạn**

 Nhà Xuất Bản
HƯƠNG SEN

**HƯƠNG SEN PUBLISHER**

Huong Sen Buddhist Temple

19865 Seaton Avenue,

Perris, CA 92570, USA

Tel: 951-657-7272, Cell: 951-616-8620

Email: huongsentemple@gmail.com,

thichnugioihuong@yahoo.com

Facebook:https://www.facebook.com/huongsentemple

Web: www.huongsentemple.com

First edition © 2024 Huong Sen Buddhist Temple

# MỤC LỤC




| | |
|---|---|
| Cúng Hương | 7 |
| Cầu Nguyện | 7 |
| Khen Ngợi Phật | 8 |
| Quán Tưởng Phật | 9 |
| Đảnh Lễ | 9 |
| Tán Dương Chi | 10 |
| Chú Đại Bi | 10 |
| Tán Phật | 12 |
| Phát Nguyện Trì Kinh | 12 |
| Kệ Khai Kinh | 13 |
| Bài Tụng Khánh Đản | 13 |
| Xướng Lễ Cuộc Đời Đức Phật | 15 |
| Kệ Tắm Phật | 18 |
| Kinh Bát Nhã Ba La Mật | 19 |
| Vãng Sanh Quyết Định Chân Ngôn | 20 |
| Xưng Tán Hồng Danh | 20 |
| Hồi Hướng | 21 |

| | |
|---|---|
| Ngồi Thiền | 22 |
| Phục Nguyện | 22 |
| Kính Lễ | 24 |
| Tam Quy | 25 |
| Bài Kệ Chư Thiên | 25 |
| Tủ Sách Bảo Anh Lạc | 27 |

# CÚNG HƯƠNG

*(Quì ngay thẳng, cầm 3 cây hương dâng ngang trán, chỉ chủ lễ niệm)*

Nguyện dâng hương mầu nầy
Cúng dường tất cả Phật
Tôn Pháp, chư Bồ Tát
Thinh Văn và Duyên Giác
Cùng các bậc Thánh Hiền
Duyên khởi đài sáng chói
Khắp xông mười phương cõi
Tỏa ngát các chúng sanh
Đều phát tâm Bồ Đề
Xa lìa các vọng nghiệp
Trọn nên Đạo Vô Thượng.
Nam Mô Hương Cúng Dường Bồ Tát
Ma Ha Tát. (o) (1 xá)

# CẦU NGUYỆN

Hôm nay lễ Rằm Tháng Tư Khánh Đản, đệ tử chúng con (chủ lễ) là.... và các Phật tử Chùa Hương Sen, đạo tràng Perris, California, vân tập tại đại hùng bảo điện chùa Hương Sen, Perris, California, Hoa Kỳ, thành tâm thiết lễ Mừng Phật đản sanh.

Chúng con cung kính quỳ trước chánh điện, chiêm

ngưỡng bảo tướng đức Phật sơ sanh, lạy mừng kim thân của đức Từ phụ, tán dương công đức bậc thầy ba cõi, xưng tụng hồng danh bậc giác ngộ của muôn loài. Chúng con nguyện: chánh pháp được lan truyền khắp chốn; lời Phật được phổ biến muôn nơi; người người từ bỏ tham giận, si mê; tưới tẩm từ bi, hạnh phúc; làm lành lánh dữ, thương yêu đùm bọc lẫn nhau; thế giới dứt nghiệp binh đao; muôn loài an vui giải thoát.

Lại nguyện: đời đời kiếp kiếp thường làm thiện hữu với Phật pháp, quyến thuộc từ bi, hộ trì Tam Bảo ở mãi thế gian, sống trọn đời trong an vui tự tại. Từ nay, sạch hết não phiền, thoát vòng mê muội. Nguyện cùng pháp giới chúng sanh đều chứng thành quả Phật.

Nam Mô Đâu Suất giáng trần, Lâm-tì-ni thị hiện, Tà bà giáo chủ, Bổn Sư Thích Ca Mâu Ni Phật tác đại chứng minh. (3 lần) (o)

# KHEN NGỢI PHẬT

Đấng Pháp Vương vô thượng
Ba cõi chẳng ai bằng
Thầy dạy khắp trời, người
Cha lành chung bốn loài
Quy y tròn một niệm
Dứt sạch nghiệp ba kỳ

Xưng dương cùng tán thán
Ức kiếp không cùng tận. (o) (1 xá)

# QUÁN TƯỞNG PHẬT

Phật, chúng sanh tánh thường rỗng lặng
Đạo cảm thông không thể nghĩ bàn
Lưới đế châu ví đạo tràng
Mười phương Phật hiện hào quang sáng ngời
Trước bảo tọa thân con ảnh hiện
Cúi đầu xin thệ nguyện quy y. (o)

# ĐẢNH LỄ

*(Đại chúng đồng tụng)*

Chí tâm đảnh lễ:

Nam Mô tận hư không biến pháp giới quá, hiện, vị lai thập phương chư Phật, Tôn Pháp Hiền Thánh Tăng thường trụ Tam Bảo. (o) (1 lạy)

Chí tâm đảnh lễ:

Nam Mô Ta Bà Giáo Chủ Bổn Sư Thích Ca Mâu Ni Phật, Đương Lai Hạ Sinh Di Lặc Tôn Phật, Đại Trí Văn Thù Sư Lợi Bồ Tát, Đại Hạnh Phổ Hiền Bồ Tát, Hộ Pháp Chư Tôn Bồ Tát, Linh Sơn Hội Thượng Phật Bồ Tát. (o) (1 lạy)

Chí tâm đảnh lễ:

Nam Mô Tây Phương Cực Lạc Thế Giới Đại Từ

**Đại Bi A Di Đà Phật, Đại Bi Quán Thế Âm Bồ Tát, Đại Thế Chí Bồ Tát, Đại Nguyện Địa Tạng Vương Bồ Tát, Thanh Tịnh Đại Hải Chúng Bồ Tát.** (o) (1 lạy)

## TÁN DƯƠNG CHI

*(Mời ngồi xuống và khai chuông mõ)*

**Cành dương nước tịnh nhiệm mầu**

**Rưới tắt muôn vàn cảnh khổ đau**

**Chư Thiên mát mẻ, tâm thanh tịnh**

**Nhân thế vui tươi, cảnh an nhàn**

**Cam lồ rưới khắp trần gian**

**Lửa sân dứt sạch, sen vàng nở hoa.**

**Nam Mô Thanh Lương Địa Bồ Tát
Ma Ha Tát.** (3 lần) (o)

## CHÚ ĐẠI-BI

**Nam Mô Đại Bi Hội Thượng Phật Bồ Tát.**
(3 lần) (o)

**Thiên thủ thiên nhãn vô ngại đại-bi tâm đà-la-ni.**

**Nam Mô hắc ra đát na, đa ra dạ da. Nam Môa rị da, bà lô yết đế, thước bát ra da, Bồ-đề tát đỏa bà da, ma ha tát đỏa bà da, ma ha ca lô ni ca da, án, tát bàn ra phạt duệ số đát na đát tỏa.**

Nam Mô tất kiết lật đỏa y mông a rị da, bà lô kiết đế thất Phật ra lăng đà bà.

Nam Mô na ra cẩn trì hê rị ma ha bàn đa sa mế, tát bà a tha đậu thâu bằng, a thệ dựng, tát bà tát đa, na ma bà già, ma phạt đạt đậu, đát điệt tha. Án a bà lô hê, lô ca đế, ca ra đế, di hê rị, ma ha bồ-đề tát đỏa, tát bà tát bà, ma ra ma ra, ma hê ma hê, rị đà dựng, cu lô cu lô kiết mông, độ lô độ lô, phạt xà da đế, ma ha phạt xà da đế, đà ra đà ra, địa rị ni, thất Phật ra da, dá ra dá ra. Mạ mạ phạt ma ra, mục đế lệ, y hê y hê, thất na thất na a ra sâm Phật ra xá-lợi, phạt sa phạt sâm, Phật ra xá da, hô lô hô lô ma ra, hô lô hô lô hê rị, ta ra ta ra, tất rị tất rị, tô rô tô rô, bồ-đề dạ bồ-đề dạ, bồ-đà dạ, bồ-đà dạ, di đế rị dạ, na ra cẩn trì địa rị sắc ni na, ba dạ ma na ta bà ha. Tất đà dạ ta bà ha. Ma ha tất đà dạ ta bà ha. Tất đà du nghệ thất bàn ra dạ, ta bà ha. Na ra cẩn trì ta bà ha. Ma ra na ra ta bà ha. Tất ra tăng a mục khê da, ta bà ha. Ta bà ma ha, a tất đà dạ, ta bà ha. Giả kiết ra a tất đà dạ, ta bà ha. Ba đà ma yết tất đà dạ, ta bà ha. Na ra cẩn trì bàn đà ra dạ, ta bà ha. Ma bà lị thắng yết ra dạ, ta bà ha.

Nam Mô hắc ra đát na, đa ra dạ da. Nam Mô a rị da, bà lô yết đế, thước bàng ra dạ, ta bà ha.

Án tất điện đô, mạn đa ra, bạt đà dạ, ta bà ha.
(3 lần) (o)

**Nam mô Thập phương Thường trú Tam Bảo.**
(3 lần) (o)

# TÁN PHẬT

Sen quý nở đài giác ngộ
Hào quang chiếu rạng mười phương
Trí huệ vượt tầm pháp giới
Từ bi thấm nhuận non sông
Vừa thấy dung nhan điều ngự
Trăm ngàn phiền não sạch không
Hướng về tán dương công đức
Tinh chuyên đạo nghiệp vun trồng
Nam mô Bổn Sư Thích Ca Mâu Ni Phật.
(3 lần) (o)

# PHÁT NGUYỆN TRÌ KINH

Lạy đấng Thầy ba cõi,
Quy mạng Phật mười phương.
Con nay phát nguyện lớn,
Thọ trì tạng Pháp Bảo,
Trên đền bốn ơn nặng,
Dưới cứu khổ ba đường.
Nguyện cho người thấy nghe
Đều phát tâm bồ-đề,
Sống an vui giải thoát. (o)
Nam-mô Bổn Sư Thích-ca Mâu-ni Phật. (3 lần) (o)

# KỆ KHAI KINH

Thăm thẳm cao siêu Pháp nhiệm mầu
Trăm ngàn muôn kiếp khó tìm cầu,
Con nay nghe thấy chuyên trì niệm,
Nguyện tỏ Như Lai nghĩa nhiệm mầu.
Nam Mô Bổn Sư Thích Ca Mâu Ni Phật. (3 lần) (o)

# BÀI TỤNG KHÁNH ĐẢN

Đệ tử hôm nay

Gặp ngày Phật đản

Một dạ vui mừng

Cúi đầu đảnh lễ:

Thập phương tam thế

Điều ngự Như Lai

Cùng thánh hiền tăng.

Chúng con và pháp giới chúng sanh

Bởi thiếu nhân lành

Thảy đều sa đoạ

Tham sân chấp ngã

Quên hẳn đường về

Tình ái si mê

Tù trong lục đạo

Trăm dây phiền não

Nghiệp báo không cùng. (o)

Nay nhờ Phật tổ năng nhơn
Dũ lòng thương xót
Không nỡ sinh linh thiếu phước
Nặng kiếp luân hồi
Đêm dày tăm tối
Đuốc tuệ rạng soi
Nguyện cứu muôn loài
Pháp dùng phương tiện
Ta-bà thị hiện
Thích chủng thọ sanh
Thánh Ma-gia mộng ứng điềm lành
Vua Tịnh-phạn phước sanh con thảo
Ba mươi hai tướng hảo
Vừa mười chín tuổi xuân
Lòng từ ái cực thuần
Chí xuất trần quá mạnh.
Ngai vàng quyết tránh
Tìm lối xuất gia
Sáu năm khổ hạnh rừng già
Bảy thất nghiêm tinh thiền toạ
Chứng thành đạo quả

Hàng phục ma binh

Ba cõi đều dậy tiếng hoan nghênh

Muôn vật thảy nhờ ơn tế độ. (o)


Chúng con nguyện:

Dứt bỏ lục tình gây khổ

Học đòi đức tánh quang minh

Cúi xin Phật tổ giám thành

Từ bi gia hộ

Chúng con và pháp giới chúng sanh

Chóng thành đạo quả.

Nam-mô Bổn Sư Thích-ca Mâu-ni Phật. (ooo)


# XƯỚNG LỄ CUỘC ĐỜI ĐỨC PHẬT

*(Khi vị chủ lễ xướng xong mỗi câu kệ, đại chúng đồng niệm và lạy danh hiệu đức Phật Thích-ca)*

**1. A-Tỳ ngục tốt, phát khởi thiện tâm.**

Chúng hòa: ***Bổn sư Thích Ca Mâu Ni Phật.***
(1 lạy) (o)

**2. A-tăng-kỳ kiếp, quả mãn nhân tròn.**

Chúng hòa: ***Bổn sư Thích Ca Mâu Ni Phật.***
(1 lạy) (o)

**3. Nhất sanh bổ xứ, trên trời Đâu Suất.**

Chúng hòa: ***Bổn sư Thích Ca Mâu Ni Phật.***
(1 lạy) (o)

**4. Ta Bà hoá độ, ứng hiện sanh thân.**

Chúng hòa: ***Bổn sư Thích Ca Mâu Ni Phật.***
(1 lạy) (o)

**5. Đâu Suất giáng thần, ứng mộng Ma Gia.**

Chúng hòa: ***Bổn sư Thích Ca Mâu Ni Phật.***
(1 lạy) (o)

**6. Hoàng cung thác chất, thị hiện đầu thai.**

Chúng hòa: ***Bổn sư Thích Ca Mâu Ni Phật.***
(1 lạy) (o)

**7. Dưới cây Vô Ưu, khánh đản giáng sanh.**

Chúng hòa: ***Bổn sư Thích Ca Mâu Ni Phật.***
(1 lạy) (o)

**8. Giả hưởng năm dục, chán cảnh vô thường.**

Chúng hòa: ***Bổn sư Thích Ca Mâu Ni Phật.***
1 lạy) (o)

**9. Dạo chơi bốn cửa, rõ già bệnh chết.**

Chúng hòa: ***Bổn sư Thích Ca Mâu Ni Phật.***
(1 lạy) (o)

**10. Nửa đêm vượt thành, tìm đường xuất thế.**

Chúng hòa: ***Bổn sư Thích Ca Mâu Ni Phật.***
(1 lạy) (o)

**11. Non xanh cắt tóc, tìm Thầy hỏi đạo.**

Chúng hòa: ***Bổn sư Thích Ca Mâu Ni Phật.***
(1 lạy) (o)

**12. Núi tuyết tu hành, sáu năm khổ hạnh.**

Chúng hòa: ***Bổn sư Thích Ca Mâu Ni Phật.***
(1 lạy) (o)

**13. Dưới cây Bồ-đề, hàng phục ma quân.**

Chúng hòa: ***Bổn sư Thích Ca Mâu Ni Phật.***
(1 lạy) (o)

**14. Sao Mai vừa mọc, đạo quả viên thành.**

Chúng hòa: ***Bổn sư Thích Ca Mâu Ni Phật.***
(1 lạy) (o)

**15. 49 năm tròn, thuyết pháp độ sanh.**

Chúng hòa: ***Bổn sư Thích Ca Mâu Ni Phật.***
(1 lạy) (o)

**16. Tam thừa đã đủ, hoá độ vừa xong.**

Chúng hòa: ***Bổn sư Thích Ca Mâu Ni Phật.***
(1 lạy) (o)

**17. Ta La song thọ, thị hiện Niết-bàn.**

Chúng hòa: ***Bổn sư Thích Ca Mâu Ni Phật.***
(1 lạy) (o)

**18. Lưu bố xá lợi, phước ích trời người.**

Chúng hòa: ***Bổn sư Thích Ca Mâu Ni Phật.***
(1 lạy) (o)

**19. Ta Bà giáo chủ, đại từ bi phụ.**

Chúng hòa: ***Bổn sư Thích Ca Mâu Ni Phật.***
(1 lạy) (o)

**20. Đương hội đạo tràng thiên bách ức hoá thân.**

Chúng hòa: ***Bổn sư Thích Ca Mâu Ni Phật.***
(1 lạy) (ooo)

# KỆ TẮM PHẬT

*(Tụng liên tục cho đến khi đại chúng
tắm Phật sơ sinh xong)*

**Con nay dội tắm thân Như Lai,**

**Tịnh khí trang nghiêm công đức tụ.**

**Ngũ trược chúng sanh lìa trần cấu,**

**Đồng chứng Như Lai tịnh Pháp Thân.**

**Thành Tỳ Gia thật chưa từng sanh.**

**Rừng Ta La thật chưa từng diệt.**

**Không sanh, không diệt, đức Cù Đàm!**

**Con mắt xem nhìn càng thêm vọng.**

**Sáng nay chính là ngày sinh nhật,**

**Tịnh Phạn Vương cung sanh Tất Đạt.**

**Chín rồng khắp tưới, mưa nước tắm.**

**Bảy bông nâng gót, đỡ chân đi.**

*Ám mâu ni. mâu ni, tam mâu ni, sa bà ha.*

(3 lần) (o)

# KINH BÁT NHÃ BA LA MẬT

Khi Ngài Quán Tự Tại Bồ Tát thực hành sâu xa pháp Bát Nhã Ba La Mật Đa, Ngài soi thấy năm uẩn đều không, qua hết thảy khổ ách.

"Này Xá Lợi Phất, sắc chẳng khác không, không chẳng khác sắc, sắc tức là không, không tức là sắc. Thọ, Tưởng, Hành, Thức cũng đều như thế".

"Này Xá Lợi Phất, 'tướng không của mọi pháp' không sanh, không diệt, không dơ, không sạch, không thêm, không bớt, nên trong 'chân không', không có sắc, không có thọ, tưởng, hành, thức, không có mắt, tai, mũi, lưỡi, thân, ý, không có sắc, thinh, hương, vị, xúc, pháp, không có nhãn giới, cho đến không có ý thức giới, không có vô minh, cũng không có cái hết vô minh, cho đến không có già chết, cũng không có cái hết già chết, không có khổ, tập, diệt, đạo, không có trí huệ, cũng không có chứng đắc.

Vì không có chỗ chứng đắc, nên Bồ Tát y theo Bát Nhã Ba La Mật Đa, tâm không ngăn ngại. Vì không ngăn ngại, nên không sợ hãi, xa hẳn điên đảo, mộng tưởng, đạt tới cứu cánh Niết Bàn.

Chư Phật trong ba đời cũng y theo Bát Nhã Ba La Mật Đa, được đạo quả vô thượng chánh đẳng chánh giác.

Nên biết Bát Nhã Ba La Mật Đa là Đại Thần Chú, là Đại Minh Chú, là Vô Thượng Chú, là

Vô Đẳng Đẳng Chú, trừ được hết thảy khổ, chân thật không hư".

Vì vậy, liền nói Chú Bát Nhã Ba La Mật Đa:

"Yết đế, yết đế, ba la yết đế, ba la tăng yết đế, bồ đề tát bà ha". (o)

# VÃNG SANH QUYẾT ĐỊNH CHÂN NGÔN

Nam-mô a di đa bà dạ

Đa tha dà đa dạ

Đa địa dạ tha.

A di rị đô bà tỳ

A di rị đa tất đam bà tỳ

A di rị đa tì ca lan đế

A di rị đa, tì ca lan đa

Dà di nị dà dà na

Chỉ đa ca lệ ta bà ha. (3 lần) (o)

# XƯNG TÁN HỒNG DANH

Thích Ca thị hiện Ta Bà

Trời, người hớn hở dâng hoa cúng dường

Báu thấn rực rỡ phi thường

Mâu Ni là đấng Pháp Vương cứu đời. (o)

Nam mô Ta Bà Thế Giới, Tam Giới Đạo Sư, Tứ

Sinh Từ Phụ, Nhơn Thiên Giáo Chủ, Thiên Bá Ức Hoá Thân, Bổn Sư Thích Ca Mâu Ni Phật. (o)

Nam mô Bổn Sư Thích Ca Mâu Ni Phật.
(3 lần) (o)

Nam Mô Đại Trí Văn Thù Sư Lợi Bồ Tát.
(3 lần) (o)

Nam Mô Đại Hạnh Phổ Hiền Bồ Tát. (3 lần) (o)

Nam Mô Đại Bi Quán Thế Âm Bồ Tát. (3 lần) (o)

Nam Mô Đại Thế Chí Bồ Tát. (3 lần) (o)

Nam Mô Đạo Tràng Hội Thượng Phật Bồ Tát.
(3 lần) (o)

# HỒI HƯỚNG

Khánh đản công đức, hạnh nhiệm mầu
Thắng phước bao nhiêu con nguyện cầu
Tất cả chúng sanh trong pháp giới
Hướng về Phật Pháp tỏ đạo mầu.
Nguyện cho ba chướng tiêu tan
Phiền não dứt sạch, huệ căn sang ngời
Cầu cho con được đời đời
Hành Bồ Tát Đạo, cứu đời lầm than.
Nguyện sanh Tây Phương, cõi Lạc Bang
Cha mẹ, sen vàng chín phẩm sanh

Hoa nở, thấy Phật, quả viên thành
Các vị Bồ Tát bạn lành với ta. (o)
Nam Mô A Di Đà Phật.

## NGỒI THIỀN

*(Mỗi người im lặng tĩnh tâm*
*tự cầu nguyện và thiền 15 phút)*
Canh năm Bát nhã chiếu vô biên
Chẳng khởi một niệm khắp tam thiên
Muốn thấy chân như tánh bình đẳng
Dè dặt sanh tâm trước mắt liền. (o)
Lý diệu ảo huyền không lường được
Dụng công đuổi bắt càng nhọc lòng
Nếu không một niệm mới thật tìm
Còn có tâm tìm còn chẳng biết.
Chủ lễ xướng: Nam Mô Bổn Sư Thích Ca Mâu
Ni Phật. (o)
Đại chúng đáp lại: Nam Mô Bổn Sư Thích Ca
Mâu Ni Phật. (3 lần) (o)

## PHỤC NGUYỆN

Nam-mô Bổn Sư Thích-ca Mâu-ni Phật. (o)
Kính lễ Thế Tôn
Giáo chủ Ta-bà

Tu tập nhiều kiếp lâu xa
Rồi từ Đâu-suất giáng thần
Giã từ ngôi vị quốc vương
Chuyên tâm ngồi thiền
Hàng phục ma quân
Một sáng sao mai vừa mọc
Đạo giác ngộ viên thành
Rồi hoằng pháp độ sanh.
Các bậc hiền thánh tu theo
Vô sanh đã chứng.
Chúng con quy hướng nhất tâm
Vô sanh sẽ chứng. (o)

Hôm nay nhân ngày Phật đản, chúng con trì niệm hồng danh, xưng dương công đức của Bổn Sư Thích Ca Mâu Ni Phật. Kính xin Phật từ bi gia hộ:

Ánh đạo vàng ngày càng tỏ rạng

Bánh xe pháp chuyển khắp muôn nơi

Tông phong mãi mãi vàng son

Tổ nghiệp đời đời vững mạnh

Tăng ni, đạo lực thậm thâm,

Phật tử, tín tâm kiên cố.

Nguyện nhà nhà hạnh phúc, an khang,

Cầu đất nước hòa bình, hưng thịnh.

Năm châu an lạc, bốn biển thanh bình,

**Tình với vô tình đều thành Phật đạo.** (o)

Đại chúng đồng niệm: **Nam Mô A Di Đà Phật.** (ooo)

# KÍNH LỄ

*(Đại chúng đứng lên)*
**Bao nhiêu tất cả nhân sư tử**
**Mười phương ba đời cùng các cõi**
**Con đem thân miệng ý thanh tịnh**
**Lạy khắp tất cả không còn dư.** (o)

**Nhất tâm đảnh lễ, đệ tử chúng con đại vì bốn ân ba cõi chí thành đảnh lễ:**

**Nam Mô Quá Khứ Trang Nghiêm Kiếp Thiên Phật.** (1 lạy) (o)

**Nhất tâm đảnh lễ, đệ tử chúng con đại vì bốn ân ba cõi chí thành đảnh lễ:**

**Nam Mô Hiện Tại Hiền Kiếp Thiên Phật.**
(1 lạy) (o)

**Nhất tâm đảnh lễ, đệ tử chúng con đại vì bốn ân ba cõi chí thành đảnh lễ:**

**Nam Mô Vị Lai Tinh Tú Kiếp Thiên Phật.**
(1 lạy) (o)

# TAM QUY

Con nương theo Phật, cầu cho chúng sanh

Tin chắc Đạo cả, phát lồng vô thượng. (1 lạy) (o)

Con nương theo Pháp, cầu cho chúng sanh

Thấu rõ kinh tạng, trí huệ như biển. (1 lạy) (o)


Con nương theo Tăng, cầu cho chúng sanh

Kính tín hòa hợp, tất cả không ngại. (1 lạy) (ooo)


# BÀI KỆ CHƯ THIÊN

Trời, A-tu-la, Dạ xoa thảy

Đến nghe pháp đó nên chí tâm

Ủng hộ Phật pháp khiến thường còn

Mỗi vị siêng tu lời Phật dạy.

Bao nhiêu người nghe đến chốn này

Hoặc trên đất liền hoặc hư không

Thường với người đời sanh lòng từ

Ngày đêm tự mình nương pháp ở.

Nguyện các thế giới thường an ổn

Phước trí vô biên lợi quần sanh

Bao nhiêu tội chướng thảy tiêu trừ

Xa lìa các khổ về viên tịch.

Hằng dùng giới hương xoa vóc sáng

Thường trì định phục để giúp thân

**Hoa mầu bồ đề khắp trang nghiêm**
**Tùy theo chỗ ở thường an lạc. (o)**
**Nam mô Tam Châu Cảm Ứng**
**Hộ Pháp Vi Đà Tôn Thiên Bồ Tát Ma Ha Tát.**
(3 lần) (o)

*Thỉnh đại chúng đi niệm Phật 1 vòng khắp sân chùa rồi hồi hướng và dùng cơm trưa.*

# TỦ SÁCH BẢO ANH LẠC
## do Ni Sư Tiến Sĩ TN Giới Hương biên soạn

### 1.1. SÁCH TIẾNG VIỆT

1. *Bồ-tát và Tánh Không Trong Kinh Tạng Pali và Đại Thừa.*

2. *Ban Mai Xứ Ấn -Tuyển tập các Tiểu Luận Phật Giáo (3 tập).*

3. *Vườn Nai – Chiếc Nôi.*

4. *Quy Y Tam Bảo và Năm Giới.*

5. *Vòng Luân Hồi.*

6. *Hoa Tuyết Milwaukee.*

7. *Luân Hồi trong Lăng Kính Lăng Nghiêm.*

8. *Nghi Thức Hộ Niệm, Cầu Siêu.*

9. *Quan Âm Quảng Trần.*

10. *Nữ Tu và Tù Nhân Hoa Kỳ.*

11. *Nếp Sống Tỉnh Thức của Đức Đạt Lai Lạt Ma Thứ XIV.*

12. *A-Hàm: Mưa pháp chuyển hóa phiền não, 2 tập.*

13. *Góp Từng Hạt Nắng Perris.*

14. *Pháp Ngữ của Kinh Kim Cang.*

15. *Tập Thơ Nhạc Nắng Lăng Nghiêm.*

16. *Nét Bút Bên Song Cửa.*

17. *Máy Nghe MP3 Hương Sen* (Hương Sen Digital Mp3 Radio Speaker): Các Bài Giảng, Sách, Bài viết và Thơ Nhạc của Thích Nữ Giới Hương (383/201 bài).

18. *DVD Giới Thiệu về Chùa Hương Sen.*

19. *Ni Giới Việt Nam Hoằng Pháp tại Hoa Kỳ.*

20. *Tuyển Tập 40 Năm Tu Học & Hoằng Pháp của Ni sư Giới Hương*, Thích Nữ Viên Quang, TN Viên Nhuận, TN Viên Tiến, and TN Viên Khuông.

21. *Tập Thơ Nhạc Lối Về Sen Nở.*

22. *Nghi Thức Công Phu Khuya – Thần Chú Thủ Lăng Nghiêm.*

23. *Nghi Thức Cầu An – Kinh Phổ Môn.*

24. *Nghi Thức Cầu An – Kinh Dược Sư.*

25. *Nghi Thức Sám Hối Hồng Danh.*

26. *Nghi Thức Công Phu Chiều – Mông Sơn Thí Thực.*

27. *Khóa Tịnh Độ – Kinh A Di Đà.*

28. *Nghi Thức Cúng Linh và Cầu Siêu.*

29. *Nghi Lễ Hàng Ngày - 50 Kinh Tụng và các Lễ Vía trong Năm.*

30. *Hương Đạo Trong Đời 2022* - Tuyển tập 60 Bài Thi trong Cuộc Thi Viết Văn Ứng Dụng Phật Pháp 2022.

31. *Hương Pháp 2022* (Tuyển Tập Các Bài Thi Trúng Giải Cuộc Thi Viết Văn Ứng Dụng Phật Pháp 2022.

32. *Giới Hương - Thơm Ngược Gió Ngàn*, Nguyên Hà.

33. *Pháp Ngữ Kinh Hoa Nghiêm (2 tập). Thích Nữ Giới Hương.*

34. *Tinh Hoa Kinh Hoa Nghiêm. Thích Nữ Giới Hương. NXB Hương Sen.*

35. *Phật Giáo – Tầm Nhìn Lịch Sử Và Thực Hành. Hiệu đính: Thích Hạnh Chánh và Thích Nữ Giới Hương.*

36. *Nhật ký Hành Thiền Vipassana và Kinh Tứ Niệm Xứ.*

37. *Nghi cúng Giao Thừa.*

38. *Nghi cúng Rằm Tháng Giêng.*

39. *Nghi thức Lễ Phật Đản.*

40. *Nghi thức Vu Lan.*

41. *Lễ Vía Quan Âm.*

42. *Nghi cúng Thánh Tổ Kiều Đàm Di.*

43. *Nghi thức cúng Tổ và Giác linh Sư trưởng.*

## 1.2. SÁCH TIẾNG ANH

1. *Boddhisattva and Sunyata in the Early and Developed Buddhist Traditions.*

2. *Rebirth Views in the Śūraṅgama Sūtra.*

3. *Commentary of Avalokiteśvara Bodhisattva.*

4. *The Key Words in Vajracchedikā Sūtra.*

5. *Sārnātha-The Cradle of Buddhism in the Archeological View.*

6. *Take Refuge in the Three Gems and Keep the Five Precepts.*

7. *Cycle of Life.*

8. *Forty Years in the Dharma: A Life of Study and Service—Venerable Bhikkhuni Giới Hương.*

9. *Sharing the Dharma -Vietnamese Buddhist Nuns in the United States.*

10. *A Vietnamese Buddhist Nun and American Inmates.*

11. *Daily Monastic Chanting.*

12. *Weekly Buddhist Discourse Chanting.*

13. *Practice Meditation and Pure Land.*

14. *The Ceremony for Peace.*

15. *The Lunch Offering Ritual.*

16. *The Ritual Offering Food to Hungry Ghosts.*

17. *The Pureland Course of Amitabha Sutra.*

18. *The Medicine Buddha Sutra.*

19. *The New Year Ceremony.*

20. *The Great Parinirvana Ceremony.*

21. *The Buddha's Birthday Ceremony.*

22. *The Ullambana Festival (Parents' Day).*

23. *The Marriage Ceremony.*

24. *The Blessing Ceremony for The Deceased.*

25. *The Ceremony Praising Ancestral Masters.*

26. *The Enlightened Buddha Ceremony.*

27. *The Uposatha Ceremony (Reciting Precepts)*

28. *Buddhism: A Historical And Practical Vision.* Edited by Ven. Dr. Thich Hanh Chanh and Ven. Dr.

Bhikṣuṇī TN Gioi Huong.

29. *Contribution of Buddhism For World Peace & Social Harmony.* Edited by Ven. Dr. Buddha Priya Mahathero and Ven. Dr. Bhikṣuṇī TN Gioi Huong.

30. *Global Spread of Buddhism with Special Reference to Sri Lanka.* Buddhist Studies Seminar in Kandy University. Edited by Prof. Ven. Medagama Nandawansa and Dr. Bhikṣuṇī TN Gioi Huong.

31. *Buddhism In Sri Lanka During The Period of 19th to 21st Centuries.* Buddhist Studies Seminar in Colombo. Edited by Prof. Ven. Medagama Nandawansa and Dr. Bhikṣuṇī TN Gioi Huong.

32. *Diary: Practicing Vipassana and the Four Foundations of Mindfulness Sutta.*

## 1.3. SÁCH SONG NGỮ (VIETNAMESE-ENGLISH)

1. *Bản Tin Hương Sen: Xuân, Phật Đản, Vu Lan* (Hương Sen Newsletter: Spring, Buddha Birthday and Vu Lan, annual/ Mỗi Năm).

2. *Danh Ngôn Nuôi Dưỡng Nhân Cách - Good Sentences Nurture a Good Manner.*

3. *Văn Hóa Đặc Sắc của Nước Nhật Bản-Exploring the Unique Culture of Japan.*

4. *Sống An Lạc dù Đời không Đẹp như Mơ - Live Peacefully though Life is not Beautiful as a Dream.*

5. *Hãy Nói Lời Yêu Thương-Words of Love and Understanding.*

6. *Văn Hóa Cổ Kim qua Hành Hương Chiêm Bái -The Ancient- Present Culture in Pilgrim.*

7. *Nghệ Thuật Biết Sống - Art of Living.*

8. *Nhật ký Hành Thiền Vipassana và Kinh Tứ Niệm Xứ - Diary: Practicing Vipassana and the Four Foundations of Mindfulness Sutta.*

9. *Dharamshala - Hành Hương Vùng Đất Thiêng, Ấn Độ, Dharamshala - Pilgrimage to the Sacred Land, India.*

## 1.4. SÁCH CHUYỂN NGỮ

1. *Xá Lợi Của Đức Phật* (Relics of the Buddha), Tham Weng Yew.

2. *Sen Nở Nơi Chốn Tử Tù* (Lotus in Prison), many authors.

3. *Chùa Việt Nam Hải Ngoại* (Overseas Vietnamese Buddhist Temples).

4. *Việt Nam Danh Lam Cổ Tự* (The Famous Ancient Buddhist Temples in Vietnam).

5. *Hương Sen, Thơ và Nhạc* – (Lotus Fragrance, Poem and Music).

6. *Phật Giáo-Một Bậc Đạo Sư, Nhiều Truyền Thống* (Buddhism: One Teacher – Many Traditions), Đức Đạt Lai Lạt Ma 14th & Ni Sư Thubten Chodren.

7. *Cách Chuẩn Bị Chết và Giúp Người Sắp Chết-Quan Điểm Phật Giáo* (Preparing for Death and Helping the Dying – A Buddhist Perspective)

## 2. ALBUMS NHẠC
### Từ Thơ Thích Nữ Giới Hương

1. Đào Xuân *Lộng Ý Kinh* (The Buddha's Teachings Reflected in Cherry Flowers).

2. *Niềm Tin Tam Bảo* (Trust in the Three Gems).

3. *Trăng Tròn Nghìn Năm* Đón *Chờ Ai* (Who Is the Full Moon Waiting for for Over a Thousand Years?).

4. Ánh *Trăng Phật Pháp* (Moonlight of Dharma-Buddha).

5. *Bình Minh Tỉnh Thức* (Awakened Mind at the Dawn) (*Piano Variations for Meditation*).

6. *Tiếng Hát Già Lam* (Song from Temple).

7. *Cảnh* Đẹp *Chùa Xưa* (The Magnificent, Ancient Buddhist Temple).

8. Karaoke *Hoa* Ưu Đàm Đã *Nở* (An Udumbara Flower Is Blooming).

9. *Hương Sen Ca* (Hương Sen's Songs)

10. *Về Chùa Vui Tu* (Happily Go to Temple for Spiritual Practices)

11. *Gọi Nắng Xuân Về* (Call the Spring Sunlight).

12. Đệ *Tử Phật*. Thơ: Thích Nữ Giới Hương, Nhạc: Uy Thi Ca & Giác An, volume 4, năm 2023.

Mời xem: http://www.huongsentemple.com/index.php/kinh-sach/tu-sach-bao-anh-lac

9 7 9 8 8 6 9 2 5 9 6 9 1